102 Yoruba Verbs

Master the simple tenses of the Yoruba language

102 Yoruba Verbs
Master the simple tenses of the Yoruba language

kasahorow

1st Printing
Spelling convention: Modern Yoruba
ISBN 978-1479215317

Contents

i

Chapter 1

102 Verbs

Master the basic tenses of Yoruba by practicing with these verbs.

You read each verb table by using each of the *Subject Pronouns* in Table 1.1 in place of the § symbol, and appending a *Conjugation* for each *Tense*.

Yoruba	Mo	O	Ó	Wọn	Ẹ	A
English	*I*	*You/You*	*He/She/It*	*We*	*You/You*	*They*

Table 1.1: Subject pronouns used in conjugation

Conjugation	*Tense*
§ jẹ (§ jẹ **kọ**) *§ eat (§ don't eat)*	Present
§ **n** jẹ (§ **n** jẹ **kọ**) *§ be eating (§ not be eating)*	Continuous

Table 1.2: Reading a conjugation table

For example, Table 1.2 above may be read in the

1

Continuous Tense as

Mo n jẹ
I am eating

Mo n jẹ kọ
I am not eating

O n jẹ
You are eating

O n jẹ kọ
You are not eating

Ó n jẹ
He is eating/She is eating/It is eating

Ó n jẹ kọ
He is not eating/She is not eating/It is not eating

Wọn n jẹ
We are eating

Wọn n jẹ kọ
We are not eating

Ẹ n jẹ
You are eating/You are eating

Ẹ n jẹ kọ
You are not eating/You are not eating

A n jẹ
They are eating

A n jẹ kọ
They are not eating

Example sentences conjugated in the present tense are also included for each verb.

Go on and conjugate boldly!

1.1   to ask - lati beerè

Conjugation	Tense
Today - Present	
§ beerè (§ beerè **ko̩**)	Habitual
§ *ask (§ don't ask)*	
§ **n** beerè (§ **n** beerè ko̩)	Continuous
§ *be asking (not be asking)*	
Yesterday - Past	
§ beerè (§ beerè ko̩)	Simple
§ *asked (§ did not ask)*	
Tomorrow - Future	
§ **maa** beerè (§ **maa** beerè **ko̩**)	Simple
§ *will ask (§ will not ask)*	

Present Tense Conjugation

Mo beerè Kofi [*I ask Kofi*]

O beerè Kofi [*You ask Kofi*]

Ó beerè Kofi [*She asks Kofi*]

Wo̩n beerè Kofi [*We ask Kofi*]

E̩ beerè Kofi [*You ask Kofi*]

A beerè Kofi [*They ask Kofi*]

1.2　to bath - lati wẹ̀

Conjugation	Tense
Today - Present	
§ wẹ̀ (§ wẹ̀ **kọ**)	Habitual
§ *bath* (§ *don't bath*)	
§ **n** wẹ̀ (§ **n** wẹ̀ kọ)	Continuous
§ *be bathing* (*not be bathing*)	
Yesterday - Past	
§ wẹ̀ (§ wẹ̀ kọ)	Simple
§ *bathed* (§ *did not bath*)	
Tomorrow - Future	
§ **maa** wẹ̀ (§ **maa** wẹ̀ **kọ**)	Simple
§ *will bath* (§ *will not bath*)	

Present Tense Conjugation

Mo wẹ̀ òwòwúrọ̀ [*I bath each morning*]

O wẹ̀ òwòwúrọ̀ [*You bath each morning*]

Ó wẹ̀ òwòwúrọ̀ [*She bathes each morning*]

Wọn wẹ̀ òwòwúrọ̀ [*We bath each morning*]

Ẹ wẹ̀ òwòwúrọ̀ [*You bath each morning*]

A wẹ̀ òwòwúrọ̀ [*They bath each morning*]

1.3 to buy - lati rà

Conjugation	Tense
Today - Present	
§ rà (§ rà **kọ**) § *buy* (§ *don't buy*)	Habitual
§ **n** rà (§ **n** rà kọ) § *be buying (not be buying)*	Continuous
Yesterday - Past	
§ rà (§ rà kọ) § *bought (§ did not buy)*	Simple
Tomorrow - Future	
§ **maa** rà (§ **maa** rà **kọ**) § *will buy (§ will not buy)*	Simple

Present Tense Conjugation

Mo rà ǹnkan [*I buy something*]

O rà ǹnkan [*You buy something*]

Ó rà ǹnkan [*She buys something*]

Wọn rà ǹnkan [*We buy something*]

Ẹ rà ǹnkan [*You buy something*]

A rà ǹnkan [*They buy something*]

1.4 to call - lati pè

Present Tense Conjugation

Mo pè fonù Afia [*I call Afia's phone*]

O pè fonù Afia [*You call Afia's phone*]

Ó pè fonù Afia [*She calls Afia's phone*]

Wọn pè fonù Afia [*We call Afia's phone*]

Ẹ pè fonù Afia [*You call Afia's phone*]

A pè fonù Afia [*They call Afia's phone*]

1.5   to clap - lati pàtẹ́wọ́

Conjugation	Tense
Today - Present	
§ pàtẹ́wọ́ (§ pàtẹ́wọ́ **kọ**)	Habitual
§ *clap* (§ don't clap)	
§ **n** pàtẹ́wọ́ (§ **n** pàtẹ́wọ́ kọ)	Continuous
§ *be clapping (not be clapping)*	
Yesterday - Past	
§ pàtẹ́wọ́ (§ pàtẹ́wọ́ kọ)	Simple
§ *clapped (§ did not clap)*	
Tomorrow - Future	
§ **maa** pàtẹ́wọ́ (§ **maa** pàtẹ́wọ́ **kọ**)	Simple
§ *will clap (§ will not clap)*	

Present Tense Conjugation

Mo pàtẹ́wọ́ fún Yaa [*I clap for Yaa*]

O pàtẹ́wọ́ fún Yaa [*You clap for Yaa*]

Ó pàtẹ́wọ́ fún Yaa [*She claps for Yaa*]

Wọn pàtẹ́wọ́ fún Yaa [*We clap for Yaa*]

Ẹ pàtẹ́wọ́ fún Yaa [*You clap for Yaa*]

A pàtẹ́wọ́ fún Yaa [*They clap for Yaa*]

1.6   to chew - lati rúnjẹ

	Tense
Today - Present	
§ rúnjẹ (§ rúnjẹ **kọ**) § *chew (§ don't chew)*	Habitual
§ **n** rúnjẹ (§ **n** rúnjẹ kọ) § *be chewing (not be chewing)*	Continuous
Yesterday - Past	
§ rúnjẹ (§ rúnjẹ kọ) § *chewed (§ did not chew)*	Simple
Tomorrow - Future	
§ **maa** rúnjẹ (§ **maa** rúnjẹ **kọ**) § *will chew (§ will not chew)*	Simple

Present Tense Conjugation

Mo rúnjẹ ẹ̀pà [*I chew groundnuts*]

O rúnjẹ ẹ̀pà [*You chew groundnuts*]

Ó rúnjẹ ẹ̀pà [*She chews groundnuts*]

Wọn rúnjẹ ẹ̀pà [*We chew groundnuts*]

Ẹ rúnjẹ ẹ̀pà [*You chew groundnuts*]

A rúnjẹ ẹ̀pà [*They chew groundnuts*]

1.7   to climb - lati fò

Conjugation	Tense
Today - Present	
§ fò (§ fò **kọ**) § *climb* (§ *don't climb*)	Habitual
§ **n** fò (§ **n** fò kọ) § *be climbeing* (*not be climbeing*)	Continuous
Yesterday - Past	
§ fò (§ fò kọ) § *climbed* (§ *did not climb*)	Simple
Tomorrow - Future	
§ **maa** fò (§ **maa** fò **kọ**) § *will climb* (§ *will not climb*)	Simple

Present Tense Conjugation

Mo fò àwọn okè [*I climb mountains*]

O fò àwọn okè [*You climb mountains*]

Ó fò àwọn okè [*She climbs mountains*]

Wọn fò àwọn okè [*We climb mountains*]

Ẹ fò àwọn okè [*You climb mountains*]

A fò àwọn okè [*They climb mountains*]

1.8   to close - lati tì

Conjugation	Tense
Today - Present	
§ tì (§ tì kọ) § *close* (§ *don't close*)	Habitual
§ **n** tì (§ **n** tì kọ) § *be closing (not be closing)*	Continuous
Yesterday - Past	
§ tì (§ tì kọ) § *closed* (§ *did not close*)	Simple
Tomorrow - Future	
§ **maa** tì (§ **maa** tì kọ) § *will close* (§ *will not close*)	Simple

Present Tense Conjugation

Mo tì ilẹ̀kùn náà [*I close the door*]

O tì ilẹ̀kùn náà [*You close the door*]

Ó tì ilẹ̀kùn náà [*She closes the door*]

Wọn tì ilẹ̀kùn náà [*We close the door*]

Ẹ tì ilẹ̀kùn náà [*You close the door*]

A tì ilẹ̀kùn náà [*They close the door*]

1.9   to collect - lati gbà

Conjugation	Tense
Today - Present	
§ gbà (§ gbà **kọ**)	Habitual
§ *collect (§ don't collect)*	
§ **n** gbà (§ **n** gbà kọ)	Continuous
§ *be collecting (not be collecting)*	
Yesterday - Past	
§ gbà (§ gbà kọ)	Simple
§ *collected (§ did not collect)*	
Tomorrow - Future	
§ **maa** gbà (§ **maa** gbà **kọ**)	Simple
§ *will collect (§ will not collect)*	

Present Tense Conjugation

Mo gbà owó [*I collect money*]

O gbà owó [*You collect money*]

Ó gbà owó [*She collects money*]

Wọn gbà owó [*We collect money*]

Ẹ gbà owó [*You collect money*]

A gbà owó [*They collect money*]

1.10   to come - lati wá

Conjugation	Tense
Today - Present	
§ wá (§ wá **ko̩**)	Habitual
§ *come* (§ *don't come*)	
§ **n** wá (§ **n** wá ko̩)	Continuous
§ *be coming* (*not be coming*)	
Yesterday - Past	
§ wá (§ wá ko̩)	Simple
§ *came* (§ *did not come*)	
Tomorrow - Future	
§ **maa** wá (§ **maa** wá ko̩)	Simple
§ *will come* (§ *will not come*)	

Present Tense Conjugation

Mo wá ibí [*I come here*]

O wá ibí [*You come here*]

Ó wá ibí [*She comes here*]

Wo̩n wá ibí [*We come here*]

E̩ wá ibí [*You come here*]

A wá ibí [*They come here*]

13

1.11   to cough - lati húkọ́

Conjugation	Tense
Today - Present	
§ húkọ́ (§ húkọ́ **kọ**)	Habitual
§ *cough (§ don't cough)*	
§ **n** húkọ́ (§ **n** húkọ́ kọ)	Continuous
§ *be coughing (not be coughing)*	
Yesterday - Past	
§ húkọ́ (§ húkọ́ kọ)	Simple
§ *coughed (§ did not cough)*	
Tomorrow - Future	
§ **maa** húkọ́ (§ **maa** húkọ́ kọ)	Simple
§ *will cough (§ will not cough)*	

Present Tense Conjugation

Mo húkọ́ gidi [*I cough profusely*]

O húkọ́ gidi [*You cough profusely*]

Ó húkọ́ gidi [*She coughs profusely*]

Wọn húkọ́ gidi [*We cough profusely*]

Ẹ húkọ́ gidi [*You cough profusely*]

A húkọ́ gidi [*They cough profusely*]

1.12 to cry - lati sọkún

Conjugation	Tense
Today - Present	
§ sọkún (§ sọkún **kọ**)	
§ *cry* (§ *don't cry*)	Habitual
§ **n** sọkún (§ **n** sọkún kọ)	
§ *be crying (not be crying)*	Continuous
Yesterday - Past	
§ sọkún (§ sọkún kọ)	
§ *cried* (§ *did not cry*)	Simple
Tomorrow - Future	
§ **maa** sọkún (§ **maa** sọkún **kọ**)	
§ *will cry* (§ *will not cry*)	Simple

Present Tense Conjugation

Mo sọkún gbogbo igbà [*I cry each time*]

O sọkún gbogbo igbà [*You cry each time*]

Ó sọkún gbogbo igbà [*She cries each time*]

Wọn sọkún gbogbo igbà [*We cry each time*]

Ẹ sọkún gbogbo igbà [*You cry each time*]

A sọkún gbogbo igbà [*They cry each time*]

1.13   to cut - lati gé

Conjugation	Tense
Today - Present	
§ gé (§ gé ** kọ**) § *cut (§ don't cut)*	Habitual
§ **n** gé (§ **n** gé kọ) § *be cutting (not be cutting)*	Continuous
Yesterday - Past	
§ gé (§ gé kọ) § *cut (§ did not cut)*	Simple
Tomorrow - Future	
§ **maa** gé (§ **maa** gé **kọ**) § *will cut (§ will not cut)*	Simple

Present Tense Conjugation

Mo gé kékè sí méjì [*I cut the cake in two*]

O gé kékè sí méjì [*You cut the cake in two*]

Ó gé kékè sí méjì [*She cuts the cake in two*]

Wọn gé kékè sí méjì [*We cut the cake in two*]

Ẹ gé kékè sí méjì [*You cut the cake in two*]

A gé kékè sí méjì [*They cut the cake in two*]

1.14   to dance - lati jó

Conjugation	Tense
Today - Present	
§ jó (§ jó **kọ**) § *dance (§ don't dance)*	Habitual
§ **n** jó (§ **n** jó kọ) § *be dancing (not be dancing)*	Continuous
Yesterday - Past	
§ jó (§ jó kọ) § *danced (§ did not dance)*	Simple
Tomorrow - Future	
§ **maa** jó (§ **maa** jó **kọ**) § *will dance (§ will not dance)*	Simple

Present Tense Conjugation

Mo jó pẹ̀lú ayọ̀ [*I dance with joy*]

O jó pẹ̀lú ayọ̀ [*You dance with joy*]

Ó jó pẹ̀lú ayọ̀ [*She dances with joy*]

Wọn jó pẹ̀lú ayọ̀ [*We dance with joy*]

Ẹ jó pẹ̀lú ayọ̀ [*You dance with joy*]

A jó pẹ̀lú ayọ̀ [*They dance with joy*]

1.15   to deduct - lati yọkúrò

Conjugation	Tense
Today - Present	
§ yọkúrò (§ yọkúrò **kọ**)	Habitual
§ deduct (§ don't deduct)	
§ **n** yọkúrò (§ **n** yọkúrò kọ)	Continuous
§ be deducting (not be deducting)	
Yesterday - Past	
§ yọkúrò (§ yọkúrò kọ)	Simple
§ deducted (§ did not deduct)	
Tomorrow - Future	
§ **maa** yọkúrò (§ **maa** yọkúrò **kọ**)	Simple
§ will deduct (§ will not deduct)	

Present Tense Conjugation

Mo yọkúrò márùn kúrò níbẹ̀ [I deduct five from it]

O yọkúrò márùn kúrò níbẹ̀ [You deduct five from it]

Ó yọkúrò márùn kúrò níbẹ̀ [She deducts five from it]

Wọn yọkúrò márùn kúrò níbẹ̀ [We deduct five from it]

Ẹ yọkúrò márùn kúrò níbẹ̀ [You deduct five from it]

A yọkúrò márùn kúrò níbẹ̀ [They deduct five from it]

1.16   to die - lati kú

Conjugation	Tense
Today - Present	
§ kú (§ kú **kọ**)	
§ *die* (§ *don't die*)	Habitual
§ **n** kú (§ **n** kú kọ)	
§ *be dying (not be dying)*	Continuous
Yesterday - Past	
§ kú (§ kú kọ)	
§ *died* (§ *did not die*)	Simple
Tomorrow - Future	
§ **maa** kú (§ **maa** kú kọ)	
§ *will die* (§ *will not die*)	Simple

Present Tense Conjugation

Mo kú kéré nínu eré nàa [*I die young in the play*]

O kú kéré nínu eré nàa [*You die young in the play*]

Ó kú kéré nínu eré nàa [*She dies young in the play*]

Wọn kú kéré nínu eré nàa [*We die young in the play*]

Ẹ kú kéré nínu eré nàa [*You die young in the play*]

A kú kéré nínu eré nàa [*They die young in the play*]

1.17   to dig - lati wà

Conjugation	Tense
Today - Present	
§ wà (§ wà **kọ**) § *dig* (§ don't dig)	Habitual
§ **n** wà (§ **n** wà kọ) § *be digging (not be digging)*	Continuous
Yesterday - Past	
§ wà (§ wà kọ) § *dug* (§ did not dig)	Simple
Tomorrow - Future	
§ **maa** wà (§ **maa** wà **kọ**) § *will dig* (§ *will not dig*)	Simple

Present Tense Conjugation
Mo wà ihò [*I dig a hole*]

O wà ihò [*You dig a hole*]

Ó wà ihò [*She digs a hole*]

Wọn wà ihò [*We dig a hole*]

Ẹ wà ihò [*You dig a hole*]

A wà ihò [*They dig a hole*]

1.18   to doze - lati tògbé

Conjugation	Tense
Today - Present	
§ tògbé (§ tògbé **kọ**) § *doze (§ don't doze)*	Habitual
§ **n** tògbé (§ **n** tògbé kọ) § *be dozing (not be dozing)*	Continuous
Yesterday - Past	
§ tògbé (§ tògbé kọ) § *dozed (§ did not doze)*	Simple
Tomorrow - Future	
§ **maa** tògbé (§ **maa** tògbé **kọ**) § *will doze (§ will not doze)*	Simple

Present Tense Conjugation

Mo tògbé o sùn lọ [*I doze and fall asleep*]

O tògbé o sùn lọ [*You doze and fall asleep*]

Ó tògbé o sùn lọ [*She dozes and fall asleep*]

Wọn tògbé o sùn lọ [*We doze and fall asleep*]

Ẹ tògbé o sùn lọ [*You doze and fall asleep*]

A tògbé o sùn lọ [*They doze and fall asleep*]

1.19   to dream - lati lálà

Conjugation	Tense
Today - Present	
§ lálà (§ lálà **kọ**)	Habitual
§ *dream (§ don't dream)*	
§ **n** lálà (§ **n** lálà kọ)	Continuous
§ *be dreaming (not be dreaming)*	
Yesterday - Past	
§ lálà (§ lálà kọ)	Simple
§ *dreamed (§ did not dream)*	
Tomorrow - Future	
§ **maa** lálà (§ **maa** lálà **kọ**)	Simple
§ *will dream (§ will not dream)*	

Present Tense Conjugation

Mo lálà ọpọ̀ [*I dream a lot*]

O lálà ọpọ̀ [*You dream a lot*]

Ó lálà ọpọ̀ [*She dreams a lot*]

Wọn lálà ọpọ̀ [*We dream a lot*]

Ẹ lálà ọpọ̀ [*You dream a lot*]

A lálà ọpọ̀ [*They dream a lot*]

1.20   to drink - lati mu

Conjugation	Tense
Today - Present	
§ mu (§ mu **ko̩**)	Habitual
§ *drink* (§ don't drink)	
§ **n** mu (§ **n** mu ko̩)	Continuous
§ *be drinking (not be drinking)*	
Yesterday - Past	
§ mu (§ mu ko̩)	Simple
§ *drank* (§ *did not drink*)	
Tomorrow - Future	
§ **maa** mu (§ **maa** mu ko̩)	Simple
§ *will drink* (§ *will not drink*)	

Present Tense Conjugation

Mo mu omi [*I drink water*]

O mu omi [*You drink water*]

Ó mu omi [*She drinks water*]

Wo̩n mu omi [*We drink water*]

E̩ mu omi [*You drink water*]

A mu omi [*They drink water*]

1.21   to dry - lati gbẹ

Conjugation	Tense
Today - Present	
§ gbẹ (§ gbẹ **kọ**)	Habitual
§ *dry (§ don't dry)*	
§ **n** gbẹ (§ **n** gbẹ kọ)	Continuous
§ *be drying (not be drying)*	
Yesterday - Past	
§ gbẹ (§ gbẹ kọ)	Simple
§ *dried (§ did not dry)*	
Tomorrow - Future	
§ **maa** gbẹ (§ **maa** gbẹ **kọ**)	Simple
§ *will dry (§ will not dry)*	

Present Tense Conjugation

Mo gbẹ àwọn aṣọ [*I dry clothes*]

O gbẹ àwọn aṣọ [*You dry clothes*]

Ó gbẹ àwọn aṣọ [*She dries clothes*]

Wọn gbẹ àwọn aṣọ [*We dry clothes*]

Ẹ gbẹ àwọn aṣọ [*You dry clothes*]

A gbẹ àwọn aṣọ [*They dry clothes*]

1.22 to eat - lati jẹ

Conjugation	Tense
Today - Present	
§ jẹ (§ jẹ **kọ**)	
§ *eat* (§ *don't eat*)	Habitual
§ **n** jẹ (§ **n** jẹ kọ)	
§ *be eating (not be eating)*	Continuous
Yesterday - Past	
§ jẹ (§ jẹ kọ)	
§ *ate* (§ *did not eat*)	Simple
Tomorrow - Future	
§ **maa** jẹ (§ **maa** jẹ **kọ**)	
§ *will eat* (§ *will not eat*)	Simple

Present Tense Conjugation

Mo jẹ gbogbo rẹ̀ [*I eat everything*]

O jẹ gbogbo rẹ̀ [*You eat everything*]

Ó jẹ gbogbo rẹ̀ [*She eats everything*]

Wọn jẹ gbogbo rẹ̀ [*We eat everything*]

Ẹ jẹ gbogbo rẹ̀ [*You eat everything*]

A jẹ gbogbo rẹ̀ [*They eat everything*]

1.23   to finish - lati parí

Conjugation	Tense
Today - Present	
§ parí (§ parí **kọ**) *finish (§ don't finish)*	Habitual
§ **n** parí (§ **n** parí kọ) *be finishing (not be finishing)*	Continuous
Yesterday - Past	
§ parí (§ parí kọ) *finished (§ did not finish)*	Simple
Tomorrow - Future	
§ **maa** parí (§ **maa** parí **kọ**) *will finish (§ will not finish)*	Simple

Present Tense Conjugation

Mo parí kí ilẹ̀ tóṣú [*I finish before night falls*]

O parí kí ilẹ̀ tóṣú [*You finish before night falls*]

Ó parí kí ilẹ̀ tóṣú [*She finishs before night falls*]

Wọn parí kí ilẹ̀ tóṣú [*We finish before night falls*]

Ẹ parí kí ilẹ̀ tóṣú [*You finish before night falls*]

A parí kí ilẹ̀ tóṣú [*They finish before night falls*]

1.24   to fly - lati fò

Conjugation	Tense
Today - Present	
§ fò (§ fò **kọ**) § *fly* (§ *don't fly*)	Habitual
§ **n** fò (§ **n** fò kọ) § *be flying* (*not be flying*)	Continuous
Yesterday - Past	
§ fò (§ fò kọ) § *flew* (§ *did not fly*)	Simple
Tomorrow - Future	
§ **maa** fò (§ **maa** fò **kọ**) § *will fly* (§ *will not fly*)	Simple

Present Tense Conjugation

Mo fò lójú òfùrufú [*I fly into the sky*]

O fò lójú òfùrufú [*You fly into the sky*]

Ó fò lójú òfùrufú [*She flies into the sky*]

Wọn fò lójú òfùrufú [*We fly into the sky*]

Ẹ fò lójú òfùrufú [*You fly into the sky*]

A fò lójú òfùrufú [*They fly into the sky*]

1.25   to fold - lati ká

Conjugation	Tense
Today - Present	
§ ká (§ ká **kọ**) § *fold* (§ *don't fold*)	Habitual
§ **n** ká (§ **n** ká kọ) § *be folding (not be folding)*	Continuous
Yesterday - Past	
§ ká (§ ká kọ) § *folded (§ did not fold)*	Simple
Tomorrow - Future	
§ **maa** ká (§ **maa** ká **kọ**) § *will fold (§ will not fold)*	Simple

Present Tense Conjugation

Mo ká aṣọ ìya [*I fold mother's cloth*]

O ká aṣọ ìya [*You fold mother's cloth*]

Ó ká aṣọ ìya [*She folds mother's cloth*]

Wọn ká aṣọ ìya [*We fold mother's cloth*]

Ẹ ká aṣọ ìya [*You fold mother's cloth*]

A ká aṣọ ìya [*They fold mother's cloth*]

1.26 to get lost - lati sọnù

Conjugation	Tense
Today - Present	
§ sọnù (§ sọnù **kọ**) § *get lost (§ don't get lost)*	Habitual
§ **n** sọnù (§ **n** sọnù kọ) § *be getting lost (not be getting lost)*	Continuous
Yesterday - Past	
§ sọnù (§ sọnù kọ) § *got lost (§ did not get lost)*	Simple
Tomorrow - Future	
§ **maa** sọnù (§ **maa** sọnù **kọ**) § *will get lost (§ will not get lost)*	Simple

Present Tense Conjugation

Mo sọnù ní ìlú [*I get lost in town*]

O sọnù ní ìlú [*You get lost in town*]

Ó sọnù ní ìlú [*She gets lost in town*]

Wọn sọnù ní ìlú [*We get lost in town*]

Ẹ sọnù ní ìlú [*You get lost in town*]

A sọnù ní ìlú [*They get lost in town*]

1.27 to give - lati fún

Conjugation	Tense
Today - Present	
§ fún (§ fún **kọ**)	Habitual
§ *give (§ don't give)*	
§ **n** fún (§ **n** fún kọ)	Continuous
§ *be giving (not be giving)*	
Yesterday - Past	
§ fún (§ fún kọ)	Simple
§ *gave (§ did not give)*	
Tomorrow - Future	
§ **maa** fún (§ **maa** fún **kọ**)	Simple
§ *will give (§ will not give)*	

Present Tense Conjugation

Mo fún òhun kan [*I give him some*]

O fún òhun kan [*You give him some*]

Ó fún òhun kan [*She gives him some*]

Wọn fún òhun kan [*We give him some*]

Ẹ fún òhun kan [*You give him some*]

A fún òhun kan [*They give him some*]

1.28   to give birth - lati bímọ

Conjugation	Tense
Today - Present	
§ bímọ (§ bímọ **kọ**)	Habitual
§ give birth (§ don't give birth)	
§ **n** bímọ (§ **n** bímọ kọ)	Continuous
§ be giving birth (not be giving birth)	
Yesterday - Past	
§ bímọ (§ bímọ kọ)	Simple
§ gave birth (§ did not give birth)	
Tomorrow - Future	
§ **maa** bímọ (§ **maa** bímọ **kọ**)	Simple
§ will give birth (§ will not give birth)	

Present Tense Conjugation

Mo bímọ fún ìbejì [*I give birth to twins*]

O bímọ fún ìbejì [*You give birth to twins*]

Ó bímọ fún ìbejì [*She gives birth to twins*]

Wọn bímọ fún ìbejì [*We give birth to twins*]

Ẹ bímọ fún ìbejì [*You give birth to twins*]

A bímọ fún ìbejì [*They give birth to twins*]

1.29   to go - lati lọ

Conjugation	Tense
Today - Present	
§ lọ (§ lọ **kọ**) § *go (§ don't go)*	Habitual
§ **n** lọ (§ **n** lọ kọ) § *be going (not be going)*	Continuous
Yesterday - Past	
§ lọ (§ lọ kọ) § *went (§ did not go)*	Simple
Tomorrow - Future	
§ **maa** lọ (§ **maa** lọ **kọ**) § *will go (§ will not go)*	Simple

Present Tense Conjugation

Mo lọ sí ilé-ẹ̀kọ́ [*I go to school*]

O lọ sí ilé-ẹ̀kọ́ [*You go to school*]

Ó lọ sí ilé-ẹ̀kọ́ [*She goes to school*]

Wọn lọ sí ilé-ẹ̀kọ́ [*We go to school*]

Ẹ lọ sí ilé-ẹ̀kọ́ [*You go to school*]

A lọ sí ilé-ẹ̀kọ́ [*They go to school*]

1.30   to greet - lati kí

Conjugation	Tense
Today - Present	
§ kí (§ kí **ko̩**) § *greet* (§ don't greet)	Habitual
§ **n** kí (§ **n** kí ko̩) § *be greeting (not be greeting)*	Continuous
Yesterday - Past	
§ kí (§ kí ko̩) § *greeted (§ did not greet)*	Simple
Tomorrow - Future	
§ **maa** kí (§ **maa** kí **ko̩**) § *will greet (§ will not greet)*	Simple

Present Tense Conjugation

Mo kí Ama [*I greet Ama*]

O kí Ama [*You greet Ama*]

Ó kí Ama [*She greets Ama*]

Wo̩n kí Ama [*We greet Ama*]

E̩ kí Ama [*You greet Ama*]

A kí Ama [*They greet Ama*]

1.31   to grind - lati lọ

Conjugation	Tense
Today - Present	
§ lọ̀ (§ lọ̀ **kọ**) § *grind* (§ *don't grind*)	Habitual
§ **n** lọ̀ (§ **n** lọ̀ kọ) § *be grinding (not be grinding)*	Continuous
Yesterday - Past	
§ lọ̀ (§ lọ̀ kọ) § *ground (§ did not grind)*	Simple
Tomorrow - Future	
§ **maa** lọ̀ (§ **maa** lọ̀ kọ) § *will grind (§ will not grind)*	Simple

Present Tense Conjugation

Mo lọ̀ agbàdo [*I grind corn*]

O lọ̀ agbàdo [*You grind corn*]

Ó lọ̀ agbàdo [*She grinds corn*]

Wọn lọ̀ agbàdo [*We grind corn*]

Ẹ lọ̀ agbàdo [*You grind corn*]

A lọ̀ agbàdo [*They grind corn*]

1.32   to hate - lati kórira

Conjugation	Tense
Today - Present	
§ kórira (§ kórira **kọ**) § *hate (§ don't hate)*	Habitual
§ **n** kórira (§ **n** kórira kọ) § *be hating (not be hating)*	Continuous
Yesterday - Past	
§ kórira (§ kórira kọ) § *hated (§ did not hate)*	Simple
Tomorrow - Future	
§ **maa** kórira (§ **maa** kórira **kọ**) § *will hate (§ will not hate)*	Simple

Present Tense Conjugation

Mo kórira ìmẹ́lẹ́ [*I hate laziness*]

O kórira ìmẹ́lẹ́ [*You hate laziness*]

Ó kórira ìmẹ́lẹ́ [*She hates laziness*]

Wọn kórira ìmẹ́lẹ́ [*We hate laziness*]

Ẹ kórira ìmẹ́lẹ́ [*You hate laziness*]

A kórira ìmẹ́lẹ́ [*They hate laziness*]

1.33   to hear - lati gbọ́

Conjugation	Tense
Today - Present	
§ gbọ́ (§ gbọ́ **kọ**) § *hear (§ don't hear)*	Habitual
§ **n** gbọ́ (§ **n** gbọ́ kọ) § *be hearing (not be hearing)*	Continuous
Yesterday - Past	
§ gbọ́ (§ gbọ́ kọ) § *heard (§ did not hear)*	Simple
Tomorrow - Future	
§ **maa** gbọ́ (§ **maa** gbọ́ **kọ**) § *will hear (§ will not hear)*	Simple

Present Tense Conjugation

Mo gbọ́ fèrè [*I hear the whistle*]

O gbọ́ fèrè [*You hear the whistle*]

Ó gbọ́ fèrè [*She hears the whistle*]

Wọn gbọ́ fèrè [*We hear the whistle*]

Ẹ gbọ́ fèrè [*You hear the whistle*]

A gbọ́ fèrè [*They hear the whistle*]

1.34   to help - lati rànlọ́wọ́

Conjugation	Tense
Today - Present	
§ rànlọ́wọ́ (§ rànlọ́wọ́ **kọ**)	
§ *help* (§ *don't help*)	Habitual
§ **n** rànlọ́wọ́ (§ **n** rànlọ́wọ́ kọ)	
§ *be helping* (*not be helping*)	Continuous
Yesterday - Past	
§ rànlọ́wọ́ (§ rànlọ́wọ́ kọ)	
§ *helped* (§ *did not help*)	Simple
Tomorrow - Future	
§ **maa** rànlọ́wọ́ (§ **maa** rànlọ́wọ́ **kọ**)	
§ *will help* (§ *will not help*)	Simple

Present Tense Conjugation

Mo rànlọ́wọ́ gbogbo ènìyàn [*I help everyone*]

O rànlọ́wọ́ gbogbo ènìyàn [*You help everyone*]

Ó rànlọ́wọ́ gbogbo ènìyàn [*She helps everyone*]

Wọn rànlọ́wọ́ gbogbo ènìyàn [*We help everyone*]

Ẹ rànlọ́wọ́ gbogbo ènìyàn [*You help everyone*]

A rànlọ́wọ́ gbogbo ènìyàn [*They help everyone*]

1.35 to hide - lati sápamọ́

Conjugation	Tense
Today - Present	
§ sápamọ́ (§ sápamọ́ **kọ**)	Habitual
§ *hide (§ don't hide)*	
§ **n** sápamọ́ (§ **n** sápamọ́ kọ)	Continuous
§ *be hiding (not be hiding)*	
Yesterday - Past	
§ sápamọ́ (§ sápamọ́ kọ)	Simple
§ *hid (§ did not hide)*	
Tomorrow - Future	
§ **maa** sápamọ́ (§ **maa** sápamọ́ **kọ**)	Simple
§ *will hide (§ will not hide)*	

Present Tense Conjugation

Mo sápamọ́ lẹ́hìn ilẹkùn [*I hide behind the door*]

O sápamọ́ lẹ́hìn ilẹkùn [*You hide behind the door*]

Ó sápamọ́ lẹ́hìn ilẹkùn [*She hides behind the door*]

Wọn sápamọ́ lẹ́hìn ilẹkùn [*We hide behind the door*]

Ẹ sápamọ́ lẹ́hìn ilẹkùn [*You hide behind the door*]

A sápamọ́ lẹ́hìn ilẹkùn [*They hide behind the door*]

1.36   to hit - lati gbá

Conjugation	Tense
Today - Present	
§ gbá (§ gbá **kọ**) § *hit* (§ *don't hit*)	Habitual
§ **n** gbá (§ **n** gbá kọ) § *be hitting (not be hitting)*	Continuous
Yesterday - Past	
§ gbá (§ gbá kọ) § *hit* (§ *did not hit*)	Simple
Tomorrow - Future	
§ **maa** gbá (§ **maa** gbá **kọ**) § *will hit* (§ *will not hit*)	Simple

Present Tense Conjugation

Mo gbá le [*I hit hard*]

O gbá le [*You hit hard*]

Ó gbá le [*She hits hard*]

Wọn gbá le [*We hit hard*]

Ẹ gbá le [*You hit hard*]

A gbá le [*They hit hard*]

1.37   to hold - lati dìmú

Conjugation	Tense
Today - Present	
§ dìmú (§ dìmú **kọ**) § *hold (§ don't hold)*	Habitual
§ **n** dìmú (§ **n** dìmú kọ) § *be holding (not be holding)*	Continuous
Yesterday - Past	
§ dìmú (§ dìmú kọ) § *held (§ did not hold)*	Simple
Tomorrow - Future	
§ **maa** dìmú (§ **maa** dìmú kọ) § *will hold (§ will not hold)*	Simple

Present Tense Conjugation

Mo dìmú dain [*I hold firmly*]

O dìmú dain [*You hold firmly*]

Ó dìmú dain [*She holds firmly*]

Wọn dìmú dain [*We hold firmly*]

Ẹ dìmú dain [*You hold firmly*]

A dìmú dain [*They hold firmly*]

1.38   to jump - lati fò

Conjugation	Tense
Today - Present	
§ fò (§ fò **kọ**) § *jump* (§ *don't jump*)	Habitual
§ **n** fò (§ **n** fò kọ) § *be jumping* (*not be jumping*)	Continuous
Yesterday - Past	
§ fò (§ fò kọ) § *jumped* (§ *did not jump*)	Simple
Tomorrow - Future	
§ **maa** fò (§ **maa** fò **kọ**) § *will jump* (§ *will not jump*)	Simple

Present Tense Conjugation

Mo fò ogìri [*I jump a wall*]

O fò ogìri [*You jump a wall*]

Ó fò ogìri [*She jumps a wall*]

Wọn fò ogìri [*We jump a wall*]

Ẹ fò ogìri [*You jump a wall*]

A fò ogìri [*They jump a wall*]

1.39 to kill - lati pa

Conjugation	Tense
Today - Present	
§ pa (§ pa **kọ**)	Habitual
§ *kill* (§ *don't kill*)	
§ **n** pa (§ **n** pa kọ)	Continuous
§ *be killing (not be killing)*	
Yesterday - Past	
§ pa (§ pa kọ)	Simple
§ *killed (§ did not kill)*	
Tomorrow - Future	
§ **maa** pa (§ **maa** pa **kọ**)	Simple
§ *will kill (§ will not kill)*	

Present Tense Conjugation

Mo pa ewúrẹ́ [*I kill a goat*]

O pa ewúrẹ́ [*You kill a goat*]

Ó pa ewúrẹ́ [*She kills a goat*]

Wọn pa ewúrẹ́ [*We kill a goat*]

Ẹ pa ewúrẹ́ [*You kill a goat*]

A pa ewúrẹ́ [*They kill a goat*]

1.40   to know - lati mò

Conjugation	Tense
Today - Present	
§ mò (§ mò **kọ**)	Habitual
§ *know (§ don't know)*	
§ **n** mò (§ **n** mò kọ)	Continuous
§ *be knowing (not be knowing)*	
Yesterday - Past	
§ mò (§ mò kọ)	Simple
§ *knew (§ did not know)*	
Tomorrow - Future	
§ **maa** mò (§ **maa** mò **kọ**)	Simple
§ *will know (§ will not know)*	

Present Tense Conjugation

Mo mò wọn [*I know them*]

O mò wọn [*You know them*]

Ó mò wọn [*She knows them*]

Wọn mò wọn [*We know them*]

Ẹ mò wọn [*You know them*]

A mò wọn [*They know them*]

1.41   to laugh - lati rẹ́rìn

Conjugation	Tense
Today - Present	
§ rẹ́rìn (§ rẹ́rìn **kọ**)	Habitual
§ *laugh* (§ *don't laugh*)	
§ **n** rẹ́rìn (§ **n** rẹ́rìn kọ)	Continuous
§ *be laughing (not be laughing)*	
Yesterday - Past	
§ rẹ́rìn (§ rẹ́rìn kọ)	Simple
§ *laughed (§ did not laugh)*	
Tomorrow - Future	
§ **maa** rẹ́rìn (§ **maa** rẹ́rìn **kọ**)	Simple
§ *will laugh (§ will not laugh)*	

Present Tense Conjugation

Mo rẹ́rìn èrín kẹ́kẹ́ [*I laugh raucously*]

O rẹ́rìn èrín kẹ́kẹ́ [*You laugh raucously*]

Ó rẹ́rìn èrín kẹ́kẹ́ [*She laughs raucously*]

Wọn rẹ́rìn èrín kẹ́kẹ́ [*We laugh raucously*]

Ẹ rẹ́rìn èrín kẹ́kẹ́ [*You laugh raucously*]

A rẹ́rìn èrín kẹ́kẹ́ [*They laugh raucously*]

1.42   to learn - lati kọ́

Conjugation	Tense
Today - Present	
§ kọ́ (§ kọ́ **kọ**)	Habitual
§ *learn* (§ *don't learn*)	
§ **n** kọ́ (§ **n** kọ́ kọ)	Continuous
§ *be learning (not be learning)*	
Yesterday - Past	
§ kọ́ (§ kọ́ kọ)	Simple
§ *learned (§ did not learn)*	
Tomorrow - Future	
§ **maa** kọ́ (§ **maa** kọ́ **kọ**)	Simple
§ *will learn (§ will not learn)*	

Present Tense Conjugation

Mo kọ́ èdè [*I learn a language*]

O kọ́ èdè [*You learn a language*]

Ó kọ́ èdè [*She learns a language*]

Wọn kọ́ èdè [*We learn a language*]

Ẹ kọ́ èdè [*You learn a language*]

A kọ́ èdè [*They learn a language*]

1.43   to lick - lati lá

Conjugation	Tense
Today - Present	
§ lá (§ lá **kọ**)	Habitual
§ *lick* (§ *don't lick*)	
§ **n** lá (§ **n** lá kọ)	Continuous
§ *be licking* (*not be licking*)	
Yesterday - Past	
§ lá (§ lá kọ)	Simple
§ *licked* (§ *did not lick*)	
Tomorrow - Future	
§ **maa** lá (§ **maa** lá **kọ**)	Simple
§ *will lick* (§ *will not lick*)	

Present Tense Conjugation

Mo lá ṣíbí nàa [*I lick the spoon*]

O lá ṣíbí nàa [*You lick the spoon*]

Ó lá ṣíbí nàa [*She licks the spoon*]

Wọn lá ṣíbí nàa [*We lick the spoon*]

Ẹ lá ṣíbí nàa [*You lick the spoon*]

A lá ṣíbí nàa [*They lick the spoon*]

1.44   to lift - lati gbé

Conjugation	Tense
Today - Present	
§ gbé (§ gbé **kọ**) § *lift (§ don't lift)*	Habitual
§ **n** gbé (§ **n** gbé kọ) § *be lifting (not be lifting)*	Continuous
Yesterday - Past	
§ gbé (§ gbé kọ) § *lifted (§ did not lift)*	Simple
Tomorrow - Future	
§ **maa** gbé (§ **maa** gbé kọ) § *will lift (§ will not lift)*	Simple

Present Tense Conjugation

Mo gbé gíga [*I lift higher*]

O gbé gíga [*You lift higher*]

Ó gbé gíga [*She lifts higher*]

Wọn gbé gíga [*We lift higher*]

Ẹ gbé gíga [*You lift higher*]

A gbé gíga [*They lift higher*]

1.45   to listen - lati gbọ́

Conjugation	Tense
Today - Present	
§ gbọ́ (§ gbọ́ **kọ**) § *listen* (§ *don't listen*)	Habitual
§ **n** gbọ́ (§ **n** gbọ́ kọ) § *be listening (not be listening)*	Continuous
Yesterday - Past	
§ gbọ́ (§ gbọ́ kọ) § *listened* (§ *did not listen*)	Simple
Tomorrow - Future	
§ **maa** gbọ́ (§ **maa** gbọ́ **kọ**) § *will listen* (§ *will not listen*)	Simple

Present Tense Conjugation

Mo gbọ́ sí orin [*I listen to music*]

O gbọ́ sí orin [*You listen to music*]

Ó gbọ́ sí orin [*She listens to music*]

Wọn gbọ́ sí orin [*We listen to music*]

Ẹ gbọ́ sí orin [*You listen to music*]

A gbọ́ sí orin [*They listen to music*]

1.46   to look for - lati wá

Conjugation	Tense
Today - Present	
§ wá (§ wá **kọ**) § *look for* (§ *don't look for*)	Habitual
§ **n** wá (§ **n** wá kọ) § *be looking for* (*not be looking for*)	Continuous
Yesterday - Past	
§ wá (§ wá kọ) § *looked for* (§ *did not look for*)	Simple
Tomorrow - Future	
§ **maa** wá (§ **maa** wá kọ) § *will look for* (§ *will not look for*)	Simple

Present Tense Conjugation

Mo wá ìtumọ̀ [*I look for meaning*]

O wá ìtumọ̀ [*You look for meaning*]

Ó wá ìtumọ̀ [*She looks for meaning*]

Wọn wá ìtumọ̀ [*We look for meaning*]

Ẹ wá ìtumọ̀ [*You look for meaning*]

A wá ìtumọ̀ [*They look for meaning*]

1.47   to make - lati ṣe

Conjugation	Tense
Today - Present	
§ ṣe (§ ṣe **kọ**) § *make* (§ *don't make*)	Habitual
§ **n** ṣe (§ **n** ṣe kọ) § *be making (not be making)*	Continuous
Yesterday - Past	
§ ṣe (§ ṣe kọ) § *made (§ did not make)*	Simple
Tomorrow - Future	
§ **maa** ṣe (§ **maa** ṣe **kọ**) § *will make (§ will not make)*	Simple

Present Tense Conjugation
Mo ṣe ouńjẹ [*I make food*]

O ṣe ouńjẹ [*You make food*]

Ó ṣe ouńjẹ [*She makes food*]

Wọn ṣe ouńjẹ [*We make food*]

Ẹ ṣe ouńjẹ [*You make food*]

A ṣe ouńjẹ [*They make food*]

1.48   to mix - lati pòpọ̀

Conjugation	Tense
Today - Present	
§ pòpọ̀ (§ pòpọ̀ **kọ**) § *mix* (§ *don't mix*)	Habitual
§ **n** pòpọ̀ (§ **n** pòpọ̀ kọ) § *be mixing (not be mixing)*	Continuous
Yesterday - Past	
§ pòpọ̀ (§ pòpọ̀ kọ) § *mixed (§ did not mix)*	Simple
Tomorrow - Future	
§ **maa** pòpọ̀ (§ **maa** pòpọ̀ **kọ**) § *will mix (§ will not mix)*	Simple

Present Tense Conjugation

Mo pòpọ̀ tòmátì àti ata [*I mix tomatoes and pepper*]

O pòpọ̀ tòmátì àti ata [*You mix tomatoes and pepper*]

Ó pòpọ̀ tòmátì àti ata [*She mixs tomatoes and pepper*]

Wọn pòpọ̀ tòmátì àti ata [*We mix tomatoes and pepper*]

Ẹ pòpọ̀ tòmátì àti ata [*You mix tomatoes and pepper*]

A pòpọ̀ tòmátì àti ata [*They mix tomatoes and pepper*]

1.49   to ned - lati nílò

Conjugation	Tense
Today - Present	
§ nílò (§ nílò **kọ**)	Habitual
§ ned (§ don't ned)	
§ **n** nílò (§ **n** nílò kọ)	Continuous
§ be neding (not be neding)	
Yesterday - Past	
§ nílò (§ nílò kọ)	Simple
§ neded (§ did not ned)	
Tomorrow - Future	
§ **maa** nílò (§ **maa** nílò **kọ**)	Simple
§ will ned (§ will not ned)	

Present Tense Conjugation

Mo nílò ẹbí [*I ned family*]

O nílò ẹbí [*You ned family*]

Ó nílò ẹbí [*She neds family*]

Wọn nílò ẹbí [*We ned family*]

Ẹ nílò ẹbí [*You ned family*]

A nílò ẹbí [*They ned family*]

1.50   to open - lati ṣí

Conjugation	Tense
Today - Present	
§ ṣí (§ ṣí ko)	Habitual
§ open (§ don't open)	
§ n ṣí (§ n ṣí ko)	Continuous
§ be opening (not be opening)	
Yesterday - Past	
§ ṣí (§ ṣí ko)	Simple
§ opened (§ did not open)	
Tomorrow - Future	
§ maa ṣí (§ maa ṣí ko)	Simple
§ will open (§ will not open)	

Present Tense Conjugation

Mo ṣí ilèkùn [*I open the door*]

O ṣí ilèkùn [*You open the door*]

Ó ṣí ilèkùn [*She opens the door*]

Wọn ṣí ilèkùn [*We open the door*]

Ẹ ṣí ilèkùn [*You open the door*]

A ṣí ilèkùn [*They open the door*]

1.51   to paste - lati lẹ̀

Conjugation	Tense
Today - Present	
§ lẹ̀ (§ lẹ̀ **kọ**)	Habitual
§ *paste* (§ don't paste)	
§ **n** lẹ̀ (§ **n** lẹ̀ kọ)	Continuous
§ *be pasting (not be pasting)*	
Yesterday - Past	
§ lẹ̀ (§ lẹ̀ kọ)	Simple
§ *pasted* (§ did not paste)	
Tomorrow - Future	
§ **maa** lẹ̀ (§ **maa** lẹ̀ **kọ**)	Simple
§ *will paste* (§ will not paste)	

Present Tense Conjugation

Mo lẹ̀ lórí ogìri [*I paste it on the wall*]

O lẹ̀ lórí ogìri [*You paste it on the wall*]

Ó lẹ̀ lórí ogìri [*She pastes it on the wall*]

Wọn lẹ̀ lórí ogìri [*We paste it on the wall*]

Ẹ lẹ̀ lórí ogìri [*You paste it on the wall*]

A lẹ̀ lórí ogìri [*They paste it on the wall*]

1.52   to peel - lati hó

Present Tense Conjugation

Mo hó ọgẹ̀dẹ̀ [*I peel plantain*]

O hó ọgẹ̀dẹ̀ [*You peel plantain*]

Ó hó ọgẹ̀dẹ̀ [*She peels plantain*]

Wọn hó ọgẹ̀dẹ̀ [*We peel plantain*]

Ẹ hó ọgẹ̀dẹ̀ [*You peel plantain*]

A hó ọgẹ̀dẹ̀ [*They peel plantain*]

1.53   to plant - lati gbìn

Conjugation	Tense
Today - Present	
§ gbìn (§ gbìn **kọ**) § *plant (§ don't plant)*	Habitual
§ **n** gbìn (§ **n** gbìn kọ) § *be planting (not be planting)*	Continuous
Yesterday - Past	
§ gbìn (§ gbìn kọ) § *planted (§ did not plant)*	Simple
Tomorrow - Future	
§ **maa** gbìn (§ **maa** gbìn **kọ**) § *will plant (§ will not plant)*	Simple

Present Tense Conjugation
Mo gbìn igi kan [*I plant a tree*]

O gbìn igi kan [*You plant a tree*]

Ó gbìn igi kan [*She plants a tree*]

Wọn gbìn igi kan [*We plant a tree*]

Ẹ gbìn igi kan [*You plant a tree*]

A gbìn igi kan [*They plant a tree*]

1.54　to pound - lati gún

Conjugation	Tense
Today - Present	
§ gún (§ gún **ko̩**)	Habitual
§ *pound (§ don't pound)*	
§ **n** gún (§ **n** gún ko̩)	Continuous
§ *be pounding (not be pounding)*	
Yesterday - Past	
§ gún (§ gún ko̩)	Simple
§ *pounded (§ did not pound)*	
Tomorrow - Future	
§ **maa** gún (§ **maa** gún ko̩)	Simple
§ *will pound (§ will not pound)*	

Present Tense Conjugation
Mo gún fufu [*I pound fufu*]

O gún fufu [*You pound fufu*]

Ó gún fufu [*She pounds fufu*]

Wo̩n gún fufu [*We pound fufu*]

E̩ gún fufu [*You pound fufu*]

A gún fufu [*They pound fufu*]

1.55 to praise - lati yìn

Conjugation	Tense
Today - Present	
§ yìn (§ yìn **kọ**)	Habitual
§ *praise* (§ don't praise)	
§ **n** yìn (§ **n** yìn kọ)	Continuous
§ *be praising* (*not be praising*)	
Yesterday - Past	
§ yìn (§ yìn kọ)	Simple
§ *praised* (§ *did not praise*)	
Tomorrow - Future	
§ **maa** yìn (§ **maa** yìn **kọ**)	Simple
§ *will praise* (§ *will not praise*)	

Present Tense Conjugation

Mo yìn Ọlọrun [*I praise God*]

O yìn Ọlọrun [*You praise God*]

Ó yìn Ọlọrun [*She praises God*]

Wọn yìn Ọlọrun [*We praise God*]

Ẹ yìn Ọlọrun [*You praise God*]

A yìn Ọlọrun [*They praise God*]

1.56   to pray - lati gbàdúrà

Conjugation	Tense
Today - Present	
§ gbàdúrà (§ gbàdúrà kọ) § *pray (§ don't pray)*	Habitual
§ **n** gbàdúrà (§ **n** gbàdúrà kọ) § *be praying (not be praying)*	Continuous
Yesterday - Past	
§ gbàdúrà (§ gbàdúrà kọ) § *prayed (§ did not pray)*	Simple
Tomorrow - Future	
§ **maa** gbàdúrà (§ **maa** gbàdúrà kọ) § *will pray (§ will not pray)*	Simple

Present Tense Conjugation

Mo gbàdúrà fún ọtá mi [*I pray for my enemies*]

O gbàdúrà fún ọtá mi [*You pray for my enemies*]

Ó gbàdúrà fún ọtá mi [*She prays for my enemies*]

Wọn gbàdúrà fún ọtá mi [*We pray for my enemies*]

Ẹ gbàdúrà fún ọtá mi [*You pray for my enemies*]

A gbàdúrà fún ọtá mi [*They pray for my enemies*]

1.57 to press - lati tè

Conjugation	Tense
Today - Present	
§ tè (§ tè **kọ**) § *press* (§ *don't press*)	Habitual
§ **n** tè (§ **n** tè kọ) § *be pressing (not be pressing)*	Continuous
Yesterday - Past	
§ tè (§ tè kọ) § *pressed* (§ *did not press*)	Simple
Tomorrow - Future	
§ **maa** tè (§ **maa** tè **kọ**) § *will press* (§ *will not press*)	Simple

Present Tense Conjugation

Mo tè ní èméje [*I press it seven times*]

O tè ní èméje [*You press it seven times*]

Ó tè ní èméje [*She presss it seven times*]

Wọn tè ní èméje [*We press it seven times*]

Ẹ tè ní èméje [*You press it seven times*]

A tè ní èméje [*They press it seven times*]

1.58   to print - lati tẹ̀

Conjugation	Tense
Today - Present	
§ tẹ̀ (§ tẹ̀ **kọ**)	Habitual
§ *print* (§ *don't print*)	
§ **n** tẹ̀ (§ **n** tẹ̀ kọ)	Continuous
§ *be printing* (*not be printing*)	
Yesterday - Past	
§ tẹ̀ (§ tẹ̀ kọ)	Simple
§ *printed* (§ *did not print*)	
Tomorrow - Future	
§ **maa** tẹ̀ (§ **maa** tẹ̀ **kọ**)	Simple
§ *will print* (§ *will not print*)	

Present Tense Conjugation

Mo tẹ̀ tẹ àwọn ìwé [*I print print books*]

O tẹ̀ tẹ àwọn ìwé [*You print print books*]

Ó tẹ̀ tẹ àwọn ìwé [*She prints print books*]

Wọn tẹ̀ tẹ àwọn ìwé [*We print print books*]

Ẹ tẹ̀ tẹ àwọn ìwé [*You print print books*]

A tẹ̀ tẹ àwọn ìwé [*They print print books*]

61

1.59 to pull - lati fà

Conjugation	Tense
Today - Present	
§ fà (§ fà **kọ**) § *pull (§ don't pull)*	Habitual
§ **n** fà (§ **n** fà kọ) § *be pulling (not be pulling)*	Continuous
Yesterday - Past	
§ fà (§ fà kọ) § *pulled (§ did not pull)*	Simple
Tomorrow - Future	
§ **maa** fà (§ **maa** fà kọ) § *will pull (§ will not pull)*	Simple

Present Tense Conjugation

Mo fà okùn náa [*I pull the rope*]

O fà okùn náa [*You pull the rope*]

Ó fà okùn náa [*She pulls the rope*]

Wọn fà okùn náa [*We pull the rope*]

Ẹ fà okùn náa [*You pull the rope*]

A fà okùn náa [*They pull the rope*]

1.60   to push - lati tì

Conjugation	Tense
Today - Present	
§ tì (§ tì **kọ**)	
§ push (§ don't push)	Habitual
§ **n** tì (§ **n** tì kọ)	
§ be pushing (not be pushing)	Continuous
Yesterday - Past	
§ tì (§ tì kọ)	
§ pushed (§ did not push)	Simple
Tomorrow - Future	
§ **maa** tì (§ **maa** tì kọ)	
§ will push (§ will not push)	Simple

Present Tense Conjugation

Mo tì ọkọ̀ ajàgbé [*I push the lorry*]

O tì ọkọ̀ ajàgbé [*You push the lorry*]

Ó tì ọkọ̀ ajàgbé [*She pushs the lorry*]

Wọn tì ọkọ̀ ajàgbé [*We push the lorry*]

Ẹ tì ọkọ̀ ajàgbé [*You push the lorry*]

A tì ọkọ̀ ajàgbé [*They push the lorry*]

1.61   to read - lati kà

Conjugation	Tense
Today - Present	
§ kà (§ kà **kọ**) § *read* (§ *don't read*)	Habitual
§ **n** kà (§ **n** kà kọ) § *be reading (not be reading)*	Continuous
Yesterday - Past	
§ kà (§ kà kọ) § *read* (§ *did not read*)	Simple
Tomorrow - Future	
§ **maa** kà (§ **maa** kà **kọ**) § *will read* (§ *will not read*)	Simple

Present Tense Conjugation

Mo kà ìwé kan [*I read a book*]

O kà ìwé kan [*You read a book*]

Ó kà ìwé kan [*She reads a book*]

Wọn kà ìwé kan [*We read a book*]

Ẹ kà ìwé kan [*You read a book*]

A kà ìwé kan [*They read a book*]

1.62 to remember - lati rántí

Conjugation	Tense
Today - Present	
§ rántí (§ rántí **kọ**)	Habitual
§ remember (§ don't remember)	
§ **n** rántí (§ **n** rántí kọ)	Continuous
§ be remembering (not be remembering)	
Yesterday - Past	
§ rántí (§ rántí kọ)	Simple
§ remembered (§ did not remember)	
Tomorrow - Future	
§ **maa** rántí (§ **maa** rántí **kọ**)	Simple
§ will remember (§ will not remember)	

Present Tense Conjugation

Mo rántí wàrà [*I remember the milk*]

O rántí wàrà [*You remember the milk*]

Ó rántí wàrà [*She remembers the milk*]

Wọn rántí wàrà [*We remember the milk*]

Ẹ rántí wàrà [*You remember the milk*]

A rántí wàrà [*They remember the milk*]

1.63   to remove - lati yọkúrò

Conjugation	Tense
Today - Present	
§ yọkúrò (§ yọkúrò **kọ**)	Habitual
§ *remove* (§ *don't remove*)	
§ **n** yọkúrò (§ **n** yọkúrò kọ)	Continuous
§ *be removing (not be removing)*	
Yesterday - Past	
§ yọkúrò (§ yọkúrò kọ)	Simple
§ *removed* (§ *did not remove*)	
Tomorrow - Future	
§ **maa** yọkúrò (§ **maa** yọkúrò **kọ**)	Simple
§ *will remove* (§ *will not remove*)	

Present Tense Conjugation

Mo yọkúrò bàtà lati ibí [*I remove the shoes from here*]

O yọkúrò bàtà lati ibí [*You remove the shoes from here*]

Ó yọkúrò bàtà lati ibí [*She removes the shoes from here*]

Wọn yọkúrò bàtà lati ibí [*We remove the shoes from here*]

Ẹ yọkúrò bàtà lati ibí [*You remove the shoes from here*]

A yọkúrò bàtà lati ibí [*They remove the shoes from here*]

1.64   to return - lati dápadà

Conjugation	Tense
Today - Present	
§ dápadà (§ dápadà **kọ**)	Habitual
§ *return (§ don't return)*	
§ **n** dápadà (§ **n** dápadà kọ)	Continuous
§ *be returning (not be returning)*	
Yesterday - Past	
§ dápadà (§ dápadà kọ)	Simple
§ *returned (§ did not return)*	
Tomorrow - Future	
§ **maa** dápadà (§ **maa** dápadà **kọ**)	Simple
§ *will return (§ will not return)*	

Present Tense Conjugation

Mo dápadà ilé [*I return home*]

O dápadà ilé [*You return home*]

Ó dápadà ilé [*She returns home*]

Wọn dápadà ilé [*We return home*]

Ẹ dápadà ilé [*You return home*]

A dápadà ilé [*They return home*]

1.65   to rise - lati dìde

Conjugation	Tense
Today - Present	
§ dìde (§ dìde kọ)	Habitual
§ rise (§ don't rise)	
§ n dìde (§ n dìde kọ)	Continuous
§ be rising (not be rising)	
Yesterday - Past	
§ dìde (§ dìde kọ)	Simple
§ rose (§ did not rise)	
Tomorrow - Future	
§ maa dìde (§ maa dìde kọ)	Simple
§ will rise (§ will not rise)	

Present Tense Conjugation

Mo dìde ní agogo mẹ́fà òwúrọ̀ [*I rise at six in the morning*]

O dìde ní agogo mẹ́fà òwúrọ̀ [*You rise at six in the morning*]

Ó dìde ní agogo mẹ́fà òwúrọ̀ [*She rises at six in the morning*]

Wọn dìde ní agogo mẹ́fà òwúrọ̀ [*We rise at six in the morning*]

Ẹ dìde ní agogo mẹ́fà òwúrọ̀ [*You rise at six in the morning*]

A dìde ní agogo mẹ́fà òwúrọ̀ [*They rise at six in the morning*]

1.66   to run - lati sáré

Conjugation	Tense
Today - Present	
§ sáré (§ sáré **kọ**)	
§ *run (§ don't run)*	Habitual
§ **n** sáré (§ **n** sáré kọ)	
§ *be running (not be running)*	Continuous
Yesterday - Past	
§ sáré (§ sáré kọ)	
§ *ran (§ did not run)*	Simple
Tomorrow - Future	
§ **maa** sáré (§ **maa** sáré **kọ**)	
§ *will run (§ will not run)*	Simple

Present Tense Conjugation

Mo sáré bí ehoro [*I run like a hare*]

O sáré bí ehoro [*You run like a hare*]

Ó sáré bí ehoro [*She runs like a hare*]

Wọn sáré bí ehoro [*We run like a hare*]

Ẹ sáré bí ehoro [*You run like a hare*]

A sáré bí ehoro [*They run like a hare*]

1.67   to scrape - lati ha

Conjugation	Tense
Today - Present	
§ ha (§ ha ** kọ**)	Habitual
§ *scrape (§ don't scrape)*	
§ **n** ha (§ **n** ha kọ)	Continuous
§ *be scraping (not be scraping)*	
Yesterday - Past	
§ ha (§ ha kọ)	Simple
§ *scraped (§ did not scrape)*	
Tomorrow - Future	
§ **maa** ha (§ **maa** ha **kọ**)	Simple
§ *will scrape (§ will not scrape)*	

Present Tense Conjugation

Mo ha ìpé eja [*I scrape the fish scales*]

O ha ìpé eja [*You scrape the fish scales*]

Ó ha ìpé eja [*She scrapes the fish scales*]

Wọn ha ìpé eja [*We scrape the fish scales*]

Ẹ ha ìpé eja [*You scrape the fish scales*]

A ha ìpé eja [*They scrape the fish scales*]

1.68 to see - lati wò

Conjugation	Tense
Today - Present	
§ wò (§ wò **kọ**) § *see* (§ don't see)	Habitual
§ **n** wò (§ **n** wò kọ) § *be seeing (not be seeing)*	Continuous
Yesterday - Past	
§ wò (§ wò kọ) § *saw* (§ did not see)	Simple
Tomorrow - Future	
§ **maa** wò (§ **maa** wò **kọ**) § *will see* (§ will not see)	Simple

Present Tense Conjugation

Mo wò ẹ̀mí [*I see ghosts*]

O wò ẹ̀mí [*You see ghosts*]

Ó wò ẹ̀mí [*She sees ghosts*]

Wọn wò ẹ̀mí [*We see ghosts*]

Ẹ wò ẹ̀mí [*You see ghosts*]

A wò ẹ̀mí [*They see ghosts*]

1.69 to sell - lati tà

Conjugation	Tense
Today - Present	
§ tà (§ tà **kọ**) § *sell (§ don't sell)*	Habitual
§ **n** tà (§ **n** tà kọ) § *be selling (not be selling)*	Continuous
Yesterday - Past	
§ tà (§ tà kọ) § *sold (§ did not sell)*	Simple
Tomorrow - Future	
§ **maa** tà (§ **maa** tà **kọ**) § *will sell (§ will not sell)*	Simple

Present Tense Conjugation

Mo tà àwọn ilé [*I sell houses*]

O tà àwọn ilé [*You sell houses*]

Ó tà àwọn ilé [*She sells houses*]

Wọn tà àwọn ilé [*We sell houses*]

Ẹ tà àwọn ilé [*You sell houses*]

A tà àwọn ilé [*They sell houses*]

1.70   to shake - lati mì

Conjugation	Tense
Today - Present	
§ mì (§ mì **kọ**)	
§ *shake* (§ *don't shake*)	Habitual
§ **n** mì (§ **n** mì kọ)	
§ *be shaking* (*not be shaking*)	Continuous
Yesterday - Past	
§ mì (§ mì kọ)	
§ *shook* (§ *did not shake*)	Simple
Tomorrow - Future	
§ **maa** mì (§ **maa** mì kọ)	
§ *will shake* (§ *will not shake*)	Simple

Present Tense Conjugation

Mo mì rírẹ̀ ti [*I shake the tiredness off*]

O mì rírẹ̀ ti [*You shake the tiredness off*]

Ó mì rírẹ̀ ti [*She shakes the tiredness off*]

Wọn mì rírẹ̀ ti [*We shake the tiredness off*]

Ẹ mì rírẹ̀ ti [*You shake the tiredness off*]

A mì rírẹ̀ ti [*They shake the tiredness off*]

1.71 to sharpen - lati gbẹ́

Conjugation	Tense
Today - Present	
§ gbẹ́ (§ gbẹ́ **kọ**) *§ sharpen (§ don't sharpen)*	Habitual
§ **n** gbẹ́ (§ **n** gbẹ́ kọ) *§ be sharpening (not be sharpening)*	Continuous
Yesterday - Past	
§ gbẹ́ (§ gbẹ́ kọ) *§ sharpened (§ did not sharpen)*	Simple
Tomorrow - Future	
§ **maa** gbẹ́ (§ **maa** gbẹ́ **kọ**) *§ will sharpen (§ will not sharpen)*	Simple

Present Tense Conjugation

Mo gbẹ́ pẹ́ńsù yíi [*I sharpen this pencil*]

O gbẹ́ pẹ́ńsù yíi [*You sharpen this pencil*]

Ó gbẹ́ pẹ́ńsù yíi [*She sharpens this pencil*]

Wọn gbẹ́ pẹ́ńsù yíi [*We sharpen this pencil*]

Ẹ gbẹ́ pẹ́ńsù yíi [*You sharpen this pencil*]

A gbẹ́ pẹ́ńsù yíi [*They sharpen this pencil*]

1.72   to shout - lati pariwo

Conjugation	Tense
Today - Present	
§ pariwo (§ pariwo **kọ**)	Habitual
§ *shout (§ don't shout)*	
§ **n** pariwo (§ **n** pariwo kọ)	Continuous
§ *be shouting (not be shouting)*	
Yesterday - Past	
§ pariwo (§ pariwo kọ)	Simple
§ *shouted (§ did not shout)*	
Tomorrow - Future	
§ **maa** pariwo (§ **maa** pariwo **kọ**)	Simple
§ *will shout (§ will not shout)*	

Present Tense Conjugation

Mo pariwo fún ìrànwọ́ [*I shout for help*]

O pariwo fún ìrànwọ́ [*You shout for help*]

Ó pariwo fún ìrànwọ́ [*She shouts for help*]

Wọn pariwo fún ìrànwọ́ [*We shout for help*]

Ẹ pariwo fún ìrànwọ́ [*You shout for help*]

A pariwo fún ìrànwọ́ [*They shout for help*]

1.73   to sing - lati kọrin

Conjugation	Tense
Today - Present	
§ kọrin (§ kọrin **kọ**)	Habitual
§ *sing* (§ *don't sing*)	
§ **n** kọrin (§ **n** kọrin kọ)	Continuous
§ *be singing (not be singing)*	
Yesterday - Past	
§ kọrin (§ kọrin kọ)	Simple
§ *sang* (§ *did not sing*)	
Tomorrow - Future	
§ **maa** kọrin (§ **maa** kọrin **kọ**)	Simple
§ *will sing* (§ *will not sing*)	

Present Tense Conjugation

Mo kọrin orin tí ó dùn [*I sing a sweet song*]

O kọrin orin tí ó dùn [*You sing a sweet song*]

Ó kọrin orin tí ó dùn [*She sings a sweet song*]

Wọn kọrin orin tí ó dùn [*We sing a sweet song*]

Ẹ kọrin orin tí ó dùn [*You sing a sweet song*]

A kọrin orin tí ó dùn [*They sing a sweet song*]

1.74   to sit - lati jókò

Conjugation	Tense
Today - Present	
§ jókò (§ jókò **kọ**)	
§ sit (§ don't sit)	Habitual
§ **n** jókò (§ **n** jókò kọ)	
§ be sitting (not be sitting)	Continuous
Yesterday - Past	
§ jókò (§ jókò kọ)	
§ sat (§ did not sit)	Simple
Tomorrow - Future	
§ **maa** jókò (§ **maa** jókò **kọ**)	
§ will sit (§ will not sit)	Simple

Present Tense Conjugation

Mo jókò níbí [I sit here]

O jókò níbí [You sit here]

Ó jókò níbí [She sits here]

Wọn jókò níbí [We sit here]

Ẹ jókò níbí [You sit here]

A jókò níbí [They sit here]

1.75   to sleep - lati sùn

Conjugation	Tense
Today - Present	
§ sùn (§ sùn **kọ**)	Habitual
§ *sleep* (*§ don't sleep*)	
§ **n** sùn (§ **n** sùn kọ)	Continuous
§ *be sleeping* (*not be sleeping*)	
Yesterday - Past	
§ sùn (§ sùn kọ)	Simple
§ *slept* (*§ did not sleep*)	
Tomorrow - Future	
§ **maa** sùn (§ **maa** sùn **kọ**)	Simple
§ *will sleep* (*§ will not sleep*)	

Present Tense Conjugation

Mo sùn ní alẹ́ [*I sleep at night*]

O sùn ní alẹ́ [*You sleep at night*]

Ó sùn ní alẹ́ [*She sleeps at night*]

Wọn sùn ní alẹ́ [*We sleep at night*]

Ẹ sùn ní alẹ́ [*You sleep at night*]

A sùn ní alẹ́ [*They sleep at night*]

1.76 to smell - lati gbóòrùn

	Tense
Today - Present	
§ gbóòrùn (§ gbóòrùn kọ)	
§ smell (§ don't smell)	Habitual
§ n gbóòrùn (§ n gbóòrùn kọ)	
§ be smelling (not be smelling)	Continuous
Yesterday - Past	
§ gbóòrùn (§ gbóòrùn kọ)	
§ smelled (§ did not smell)	Simple
Tomorrow - Future	
§ maa gbóòrùn (§ maa gbóòrùn kọ)	
§ will smell (§ will not smell)	Simple

Present Tense Conjugation

Mo gbóòrùn àwọn odòdò [*I smell the flowers*]

O gbóòrùn àwọn odòdò [*You smell the flowers*]

Ó gbóòrùn àwọn odòdò [*She smells the flowers*]

Wọn gbóòrùn àwọn odòdò [*We smell the flowers*]

Ẹ gbóòrùn àwọn odòdò [*You smell the flowers*]

A gbóòrùn àwọn odòdò [*They smell the flowers*]

1.77   to smile - lati rẹ́rìn

Conjugation	Tense
Today - Present	
§ rẹ́rìn (§ rẹ́rìn **kọ**)	Habitual
§ *smile* (§ *don't smile*)	
§ **n** rẹ́rìn (§ **n** rẹ́rìn kọ)	Continuous
§ *be smiling* (*not be smiling*)	
Yesterday - Past	
§ rẹ́rìn (§ rẹ́rìn kọ)	Simple
§ *smiled* (§ *did not smile*)	
Tomorrow - Future	
§ **maa** rẹ́rìn (§ **maa** rẹ́rìn **kọ**)	Simple
§ *will smile* (§ *will not smile*)	

Present Tense Conjugation

Mo rẹ́rìn díẹ̀ [*I smile a bit*]

O rẹ́rìn díẹ̀ [*You smile a bit*]

Ó rẹ́rìn díẹ̀ [*She smiles a bit*]

Wọn rẹ́rìn díẹ̀ [*We smile a bit*]

Ẹ rẹ́rìn díẹ̀ [*You smile a bit*]

A rẹ́rìn díẹ̀ [*They smile a bit*]

1.78   to sneeze - láti sín

Conjugation	Tense
Today - Present	
§ sín (§ sín **kọ**)	Habitual
§ *sneeze (§ don't sneeze)*	
§ **n** sín (§ **n** sín kọ)	Continuous
§ *be sneezing (not be sneezing)*	
Yesterday - Past	
§ sín (§ sín kọ)	Simple
§ *sneezed (§ did not sneeze)*	
Tomorrow - Future	
§ **maa** sín (§ **maa** sín kọ)	Simple
§ *will sneeze (§ will not sneeze)*	

Present Tense Conjugation

Mo sín sókè [*I sneeze loudly*]

O sín sókè [*You sneeze loudly*]

Ó sín sókè [*She sneezes loudly*]

Wọn sín sókè [*We sneeze loudly*]

Ẹ sín sókè [*You sneeze loudly*]

A sín sókè [*They sneeze loudly*]

1.79   to sow - lati gbìn

Conjugation	Tense
Today - Present	
§ gbìn (§ gbìn **kọ**)	Habitual
§ *sow* (§ *don't sow*)	
§ **n** gbìn (§ **n** gbìn kọ)	Continuous
§ *be sowing* (*not be sowing*)	
Yesterday - Past	
§ gbìn (§ gbìn kọ)	Simple
§ *sowed* (§ *did not sow*)	
Tomorrow - Future	
§ **maa** gbìn (§ **maa** gbìn **kọ**)	Simple
§ *will sow* (§ *will not sow*)	

Present Tense Conjugation

Mo gbìn èso [*I sow seds*]

O gbìn èso [*You sow seds*]

Ó gbìn èso [*She sows seds*]

Wọn gbìn èso [*We sow seds*]

Ẹ gbìn èso [*You sow seds*]

A gbìn èso [*They sow seds*]

1.80 to speak - lati sọ̀rọ̀

Conjugation	Tense
Today - Present	
§ sọ̀rọ̀ (§ sọ̀rọ̀ **kọ**) § speak (§ don't speak)	Habitual
§ **n** sọ̀rọ̀ (§ **n** sọ̀rọ̀ kọ) § be speaking (not be speaking)	Continuous
Yesterday - Past	
§ sọ̀rọ̀ (§ sọ̀rọ̀ kọ) § spoke (§ did not speak)	Simple
Tomorrow - Future	
§ **maa** sọ̀rọ̀ (§ **maa** sọ̀rọ̀ **kọ**) § will speak (§ will not speak)	Simple

Present Tense Conjugation

Mo sọ̀rọ̀ òtítọ́ náà [*I speak the truth*]

O sọ̀rọ̀ òtítọ́ náà [*You speak the truth*]

Ó sọ̀rọ̀ òtítọ́ náà [*She speaks the truth*]

Wọn sọ̀rọ̀ òtítọ́ náà [*We speak the truth*]

Ẹ sọ̀rọ̀ òtítọ́ náà [*You speak the truth*]

A sọ̀rọ̀ òtítọ́ náà [*They speak the truth*]

1.81   to stand - lati dúró

Conjugation	Tense
Today - Present	
§ dúró (§ dúró **kọ**)	Habitual
§ stand (§ don't stand)	
§ **n** dúró (§ **n** dúró kọ)	Continuous
§ be standing (not be standing)	
Yesterday - Past	
§ dúró (§ dúró kọ)	Simple
§ stood (§ did not stand)	
Tomorrow - Future	
§ **maa** dúró (§ **maa** dúró kọ)	Simple
§ will stand (§ will not stand)	

Present Tense Conjugation

Mo dúró gírí [*I stand firm*]

O dúró gírí [*You stand firm*]

Ó dúró gírí [*She stands firm*]

Wọn dúró gírí [*We stand firm*]

Ẹ dúró gírí [*You stand firm*]

A dúró gírí [*They stand firm*]

1.82   to start - lati bẹ̀rẹ̀

Conjugation	Tense
Today - Present	
§ bẹ̀rẹ̀ (§ bẹ̀rẹ̀ kọ)	
§ start (§ don't start)	Habitual
§ **n** bẹ̀rẹ̀ (§ **n** bẹ̀rẹ̀ kọ)	
§ be starting (not be starting)	Continuous
Yesterday - Past	
§ bẹ̀rẹ̀ (§ bẹ̀rẹ̀ kọ)	
§ started (§ did not start)	Simple
Tomorrow - Future	
§ **maa** bẹ̀rẹ̀ (§ **maa** bẹ̀rẹ̀ **kọ**)	
§ will start (§ will not start)	Simple

Present Tense Conjugation
Mo bẹ̀rẹ̀ kùtùkùtù [*I start early*]

O bẹ̀rẹ̀ kùtùkùtù [*You start early*]

Ó bẹ̀rẹ̀ kùtùkùtù [*She starts early*]

Wọn bẹ̀rẹ̀ kùtùkùtù [*We start early*]

Ẹ bẹ̀rẹ̀ kùtùkùtù [*You start early*]

A bẹ̀rẹ̀ kùtùkùtù [*They start early*]

1.83   to stir - lati tẹ̀

Conjugation	Tense
Today - Present	
§ tẹ̀ (§ tẹ̀ **kọ**) § *stir* (§ *don't stir*)	Habitual
§ **n** tẹ̀ (§ **n** tẹ̀ kọ) § *be stiring (not be stiring)*	Continuous
Yesterday - Past	
§ tẹ̀ (§ tẹ̀ kọ) § *stirred (§ did not stir)*	Simple
Tomorrow - Future	
§ **maa** tẹ̀ (§ **maa** tẹ̀ **kọ**) § *will stir (§ will not stir)*	Simple

Present Tense Conjugation

Mo tẹ̀ ẹ̀bà [*I stir gari*]

O tẹ̀ ẹ̀bà [*You stir gari*]

Ó tẹ̀ ẹ̀bà [*She stirs gari*]

Wọn tẹ̀ ẹ̀bà [*We stir gari*]

Ẹ tẹ̀ ẹ̀bà [*You stir gari*]

A tẹ̀ ẹ̀bà [*They stir gari*]

1.84   to swallow - lati gbémì

Conjugation	Tense
Today - Present	
§ gbémì (§ gbémì **kọ**)	Habitual
§ *swallow* (§ *don't swallow*)	
§ **n** gbémì (§ **n** gbémì kọ)	Continuous
§ *be swallowing* (*not be swallowing*)	
Yesterday - Past	
§ gbémì (§ gbémì kọ)	Simple
§ *swallowed* (§ *did not swallow*)	
Tomorrow - Future	
§ **maa** gbémì (§ **maa** gbémì **kọ**)	Simple
§ *will swallow* (§ *will not swallow*)	

Present Tense Conjugation

Mo gbémì oogùn [*I swallow medicine*]

O gbémì oogùn [*You swallow medicine*]

Ó gbémì oogùn [*She swallows medicine*]

Wọn gbémì oogùn [*We swallow medicine*]

Ẹ gbémì oogùn [*You swallow medicine*]

A gbémì oogùn [*They swallow medicine*]

1.85 to swim - lati wẹ̀

Conjugation	Tense
Today - Present	
§ wẹ̀ (§ wẹ̀ **kọ**)	Habitual
§ *swim* (§ *don't swim*)	
§ **n** wẹ̀ (§ **n** wẹ̀ kọ)	Continuous
§ *be swimming (not be swimming)*	
Yesterday - Past	
§ wẹ̀ (§ wẹ̀ kọ)	Simple
§ *swam* (§ *did not swim*)	
Tomorrow - Future	
§ **maa** wẹ̀ (§ **maa** wẹ̀ **kọ**)	Simple
§ *will swim* (§ *will not swim*)	

Present Tense Conjugation

Mo wẹ̀ dára [*I swim well*]

O wẹ̀ dára [*You swim well*]

Ó wẹ̀ dára [*She swims well*]

Wọn wẹ̀ dára [*We swim well*]

Ẹ wẹ̀ dára [*You swim well*]

A wẹ̀ dára [*They swim well*]

1.86   to take - lati gbà

Conjugation	Tense
Today - Present	
§ gbà (§ gbà **kọ**) § *take* (§ *don't take*)	Habitual
§ **n** gbà (§ **n** gbà kọ) § *be taking (not be taking)*	Continuous
Yesterday - Past	
§ gbà (§ gbà **kọ**) § *took* (§ *did not take*)	Simple
Tomorrow - Future	
§ **maa** gbà (§ **maa** gbà **kọ**) § *will take* (§ *will not take*)	Simple

Present Tense Conjugation

Mo gbà ogùn [*I take medicine*]

O gbà ogùn [*You take medicine*]

Ó gbà ogùn [*She takes medicine*]

Wọn gbà ogùn [*We take medicine*]

Ẹ gbà ogùn [*You take medicine*]

A gbà ogùn [*They take medicine*]

1.87   to talk - lati sọ̀rọ̀

Conjugation	Tense
Today - Present	
§ sọ̀rọ̀ (§ sọ̀rọ̀ **kọ**) § *talk* (§ *don't talk*)	Habitual
§ **n** sọ̀rọ̀ (§ **n** sọ̀rọ̀ kọ) § *be talking (not be talking)*	Continuous
Yesterday - Past	
§ sọ̀rọ̀ (§ sọ̀rọ̀ kọ) § *talked (§ did not talk)*	Simple
Tomorrow - Future	
§ **maa** sọ̀rọ̀ (§ **maa** sọ̀rọ̀ kọ) § *will talk (§ will not talk)*	Simple

Present Tense Conjugation

Mo sọ̀rọ̀ pọ̀jù [*I talk too much*]

O sọ̀rọ̀ pọ̀jù [*You talk too much*]

Ó sọ̀rọ̀ pọ̀jù [*She talks too much*]

Wọn sọ̀rọ̀ pọ̀jù [*We talk too much*]

Ẹ sọ̀rọ̀ pọ̀jù [*You talk too much*]

A sọ̀rọ̀ pọ̀jù [*They talk too much*]

1.88   to teach - lati kọ́

Conjugation	Tense
Today - Present	
§ kọ́ (§ kọ́ **kọ**)	Habitual
§ teach (§ don't teach)	
§ **n** kọ́ (§ **n** kọ́ kọ)	Continuous
§ be teaching (not be teaching)	
Yesterday - Past	
§ kọ́ (§ kọ́ kọ)	Simple
§ taught (§ did not teach)	
Tomorrow - Future	
§ **maa** kọ́ (§ **maa** kọ́ **kọ**)	Simple
§ will teach (§ will not teach)	

Present Tense Conjugation
Mo kọ́ ìṣirò [I teach mathematics]

O kọ́ ìṣirò [You teach mathematics]

Ó kọ́ ìṣirò [She teachs mathematics]

Wọn kọ́ ìṣirò [We teach mathematics]

Ẹ kọ́ ìṣirò [You teach mathematics]

A kọ́ ìṣirò [They teach mathematics]

1.89   to thank - lati dúpẹ́

Conjugation	Tense
Today - Present	
§ dúpẹ́ (§ dúpẹ́ **kọ**) § *thank* (§ *don't thank*)	Habitual
§ **n** dúpẹ́ (§ **n** dúpẹ́ kọ) § *be thanking (not be thanking)*	Continuous
Yesterday - Past	
§ dúpẹ́ (§ dúpẹ́ kọ) § *thanked (§ did not thank)*	Simple
Tomorrow - Future	
§ **maa** dúpẹ́ (§ **maa** dúpẹ́ kọ) § *will thank (§ will not thank)*	Simple

Present Tense Conjugation

Mo dúpẹ́ bàbá rẹ [*I thank your Father*]

O dúpẹ́ bàbá rẹ [*You thank your Father*]

Ó dúpẹ́ bàbá rẹ [*She thanks your Father*]

Wọn dúpẹ́ bàbá rẹ [*We thank your Father*]

Ẹ dúpẹ́ bàbá rẹ [*You thank your Father*]

A dúpẹ́ bàbá rẹ [*They thank your Father*]

1.90   to touch - lati fọwọ́kàn

Conjugation	Tense
Today - Present	
§ fọwọ́kàn (§ fọwọ́kàn **kọ**) § *touch* (§ *don't touch*)	Habitual
§ **n** fọwọ́kàn (§ **n** fọwọ́kàn kọ) § *be touching (not be touching)*	Continuous
Yesterday - Past	
§ fọwọ́kàn (§ fọwọ́kàn kọ) § *touched (§ did not touch)*	Simple
Tomorrow - Future	
§ **maa** fọwọ́kàn (§ **maa** fọwọ́kàn **kọ**) § *will touch (§ will not touch)*	Simple

Present Tense Conjugation

Mo fọwọ́kàn irun rẹ̀ [*I touch her hair*]

O fọwọ́kàn irun rẹ̀ [*You touch her hair*]

Ó fọwọ́kàn irun rẹ̀ [*She touchs her hair*]

Wọn fọwọ́kàn irun rẹ̀ [*We touch her hair*]

Ẹ fọwọ́kàn irun rẹ̀ [*You touch her hair*]

A fọwọ́kàn irun rẹ̀ [*They touch her hair*]

1.91   to turn off - lati pa

Conjugation	Tense
Today - Present	
§ pa (§ pa **kọ**) § *turn off* (§ *don't turn off*)	Habitual
§ **n** pa (§ **n** pa kọ) § *be turning off (not be turning off)*	Continuous
Yesterday - Past	
§ pa (§ pa kọ) § *turned off (§ did not turn off)*	Simple
Tomorrow - Future	
§ **maa** pa (§ **maa** pa **kọ**) § *will turn off (§ will not turn off)*	Simple

Present Tense Conjugation

Mo pa iná nàá [*I turn off the light*]

O pa iná nàá [*You turn off the light*]

Ó pa iná nàá [*She turns off the light*]

Wọn pa iná nàá [*We turn off the light*]

Ẹ pa iná nàá [*You turn off the light*]

A pa iná nàá [*They turn off the light*]

1.92   to understand - lati lóye

Conjugation	Tense
Today - Present	
§ lóye (§ lóye kọ)	Habitual
§ understand (§ don't understand)	
§ **n** lóye (§ **n** lóye kọ)	Continuous
§ be understanding (not be understanding)	
Yesterday - Past	
§ lóye (§ lóye kọ)	Simple
§ understood (§ did not understand)	
Tomorrow - Future	
§ **maa** lóye (§ **maa** lóye kọ)	Simple
§ will understand (§ will not understand)	

Present Tense Conjugation

Mo lóye dáadàa [*I understand very well*]

O lóye dáadàa [*You understand very well*]

Ó lóye dáadàa [*She understands very well*]

Wọn lóye dáadàa [*We understand very well*]

Ẹ lóye dáadàa [*You understand very well*]

A lóye dáadàa [*They understand very well*]

95

1.93 to urinate - lati tọ̀

Conjugation	Tense
Today - Present	
§ tọ̀ (§ tọ̀ **kọ**)	Habitual
§ *urinate (§ don't urinate)*	
§ **n** tọ̀ (§ **n** tọ̀ kọ)	Continuous
§ *be urinating (not be urinating)*	
Yesterday - Past	
§ tọ̀ (§ tọ̀ kọ)	Simple
§ *urinated (§ did not urinate)*	
Tomorrow - Future	
§ **maa** tọ̀ (§ **maa** tọ̀ **kọ**)	Simple
§ *will urinate (§ will not urinate)*	

Present Tense Conjugation

Mo tọ̀ níbẹ̀ [*I urinate there*]

O tọ̀ níbẹ̀ [*You urinate there*]

Ó tọ̀ níbẹ̀ [*She urinates there*]

Wọn tọ̀ níbẹ̀ [*We urinate there*]

Ẹ tọ̀ níbẹ̀ [*You urinate there*]

A tọ̀ níbẹ̀ [*They urinate there*]

1.94   to wait - lati dúró

Conjugation	Tense
Today - Present	
§ dúró (§ dúró **kọ**)	Habitual
§ *wait* (§ *don't wait*)	
§ **n** dúró (§ **n** dúró kọ)	Continuous
§ *be waiting (not be waiting)*	
Yesterday - Past	
§ dúró (§ dúró kọ)	Simple
§ *waited* (§ *did not wait*)	
Tomorrow - Future	
§ **maa** dúró (§ **maa** dúró **kọ**)	Simple
§ *will wait* (§ *will not wait*)	

Present Tense Conjugation

Mo dúró kíun [*I wait a bit*]

O dúró kíun [*You wait a bit*]

Ó dúró kíun [*She waits a bit*]

Wọn dúró kíun [*We wait a bit*]

Ẹ dúró kíun [*You wait a bit*]

A dúró kíun [*They wait a bit*]

1.95　to walk - lati rìn

Conjugation	Tense
Today - Present	
§ rìn (§ rìn **ko̩**) § *walk (§ don't walk)*	Habitual
§ **n** rìn (§ **n** rìn ko̩) § *be walking (not be walking)*	Continuous
Yesterday - Past	
§ rìn (§ rìn ko̩) § *walked (§ did not walk)*	Simple
Tomorrow - Future	
§ **maa** rìn (§ **maa** rìn ko̩) § *will walk (§ will not walk)*	Simple

Present Tense Conjugation

Mo rìn díȩ̀díȩ̀ [*I walk slowly*]

O rìn díȩ̀díȩ̀ [*You walk slowly*]

Ó rìn díȩ̀díȩ̀ [*She walks slowly*]

Wo̩n rìn díȩ̀díȩ̀ [*We walk slowly*]

Ȩ rìn díȩ̀díȩ̀ [*You walk slowly*]

A rìn díȩ̀díȩ̀ [*They walk slowly*]

1.96   to want - lati fẹ́

Conjugation	Tense
Today - Present	
§ fẹ́ (§ fẹ́ **kọ**)	Habitual
§ want (§ don't want)	
§ **n** fẹ́ (§ **n** fẹ́ kọ)	Continuous
§ be wanting (not be wanting)	
Yesterday - Past	
§ fẹ́ (§ fẹ́ kọ)	Simple
§ wanted (§ did not want)	
Tomorrow - Future	
§ **maa** fẹ́ (§ **maa** fẹ́ **kọ**)	Simple
§ will want (§ will not want)	

Present Tense Conjugation

Mo fẹ́ mẹ́rin [*I want four*]

O fẹ́ mẹ́rin [*You want four*]

Ó fẹ́ mẹ́rin [*She wants four*]

Wọn fẹ́ mẹ́rin [*We want four*]

Ẹ fẹ́ mẹ́rin [*You want four*]

A fẹ́ mẹ́rin [*They want four*]

1.97   to wash - làti fọ̀

Conjugation	Tense
Today - Present	
§ làti fọ̀ (§ làti fọ̀ **kọ**) § *wash* (§ *don't wash*)	Habitual
§ **n** làti fọ̀ (§ **n** làti fọ̀ kọ) § *be washing* (*not be washing*)	Continuous
Yesterday - Past	
§ làti fọ̀ (§ làti fọ̀ kọ) § *washed* (§ *did not wash*)	Simple
Tomorrow - Future	
§ **maa** làti fọ̀ (§ **maa** làti fọ̀ **kọ**) § *will wash* (§ *will not wash*)	Simple

Present Tense Conjugation

Mo làti fọ̀ ìgò náà [*I wash the bottles*]

O làti fọ̀ ìgò náà [*You wash the bottles*]

Ó làti fọ̀ ìgò náà [*She washs the bottles*]

Wọn làti fọ̀ ìgò náà [*We wash the bottles*]

Ẹ làti fọ̀ ìgò náà [*You wash the bottles*]

A làti fọ̀ ìgò náà [*They wash the bottles*]

1.98   to watch - lati wò

Conjugation	Tense
Today - Present	
§ wò (§ wò **kọ**)	Habitual
§ watch (§ don't watch)	
§ **n** wò (§ **n** wò kọ)	Continuous
§ be watching (not be watching)	
Yesterday - Past	
§ wò (§ wò **kọ**)	Simple
§ watched (§ did not watch)	
Tomorrow - Future	
§ **maa** wò (§ **maa** wò **kọ**)	Simple
§ will watch (§ will not watch)	

Present Tense Conjugation

Mo wò bọ́ọ́lù [*I watch football*]

O wò bọ́ọ́lù [*You watch football*]

Ó wò bọ́ọ́lù [*She watchs football*]

Wọn wò bọ́ọ́lù [*We watch football*]

Ẹ wò bọ́ọ́lù [*You watch football*]

A wò bọ́ọ́lù [*They watch football*]

1.99 to win - lati borí

Conjugation	Tense
Today - Present	
§ borí (§ borí **kọ**)	Habitual
§ *win (§ don't win)*	
§ **n** borí (§ **n** borí kọ)	Continuous
§ *be winning (not be winning)*	
Yesterday - Past	
§ borí (§ borí kọ)	Simple
§ *won (§ did not win)*	
Tomorrow - Future	
§ **maa** borí (§ **maa** borí **kọ**)	Simple
§ *will win (§ will not win)*	

Present Tense Conjugation

Mo borí ìdíje [*I win a competition*]

O borí ìdíje [*You win a competition*]

Ó borí ìdíje [*She wins a competition*]

Wọn borí ìdíje [*We win a competition*]

Ẹ borí ìdíje [*You win a competition*]

A borí ìdíje [*They win a competition*]

1.100 to wipe - lati nù

Conjugation	Tense
Today - Present	
§ nù (§ nù **ko̩**)	
§ *wipe (§ don't wipe)*	Habitual
§ **n** nù (§ **n** nù ko̩)	
§ *be wiping (not be wiping)*	Continuous
Yesterday - Past	
§ nù (§ nù ko̩)	
§ *wiped (§ did not wipe)*	Simple
Tomorrow - Future	
§ **maa** nù (§ **maa** nù ko̩)	
§ *will wipe (§ will not wipe)*	Simple

Present Tense Conjugation

Mo nù ìjókò náà [*I wipe the seat*]

O nù ìjókò náà [*You wipe the seat*]

Ó nù ìjókò náà [*She wipes the seat*]

Wo̩n nù ìjókò náà [*We wipe the seat*]

E̩ nù ìjókò náà [*You wipe the seat*]

A nù ìjókò náà [*They wipe the seat*]

1.101   to work - lati ṣiṣẹ́

Conjugation	Tense
Today - Present	
§ ṣiṣẹ́ (§ ṣiṣẹ́ **kọ**)	Habitual
§ *work* (§ *don't work*)	
§ **n** ṣiṣẹ́ (§ **n** ṣiṣẹ́ kọ)	Continuous
§ *be working (not be working)*	
Yesterday - Past	
§ ṣiṣẹ́ (§ ṣiṣẹ́ kọ)	Simple
§ *worked (§ did not work)*	
Tomorrow - Future	
§ **maa** ṣiṣẹ́ (§ **maa** ṣiṣẹ́ **kọ**)	Simple
§ *will work (§ will not work)*	

Present Tense Conjugation

Mo ṣiṣẹ́ le [*I work hard*]

O ṣiṣẹ́ le [*You work hard*]

Ó ṣiṣẹ́ le [*She works hard*]

Wọn ṣiṣẹ́ le [*We work hard*]

Ẹ ṣiṣẹ́ le [*You work hard*]

A ṣiṣẹ́ le [*They work hard*]

1.102   to write - lati kọ

Conjugation	Tense
Today - Present	
§ kọ (§ kọ **kọ**) § *write* (§ don't write)	Habitual
§ **n** kọ (§ **n** kọ kọ) § *be writing (not be writing)*	Continuous
Yesterday - Past	
§ kọ (§ kọ kọ) § *wrote* (§ *did not write*)	Simple
Tomorrow - Future	
§ **maa** kọ (§ **maa** kọ **kọ**) § *will write* (§ *will not write*)	Simple

Present Tense Conjugation

Mo kọ lẹ́tà [*I write a letter*]

O kọ lẹ́tà [*You write a letter*]

Ó kọ lẹ́tà [*She writes a letter*]

Wọn kọ lẹ́tà [*We write a letter*]

Ẹ kọ lẹ́tà [*You write a letter*]

A kọ lẹ́tà [*They write a letter*]

Index

http://kasahorow.org/books

Pre-School

    Iwe A B D Mi

    Iwe 1 2 3 Mi

Basic User

    102 Yoruba Verbs

Printed in Great Britain
by Amazon